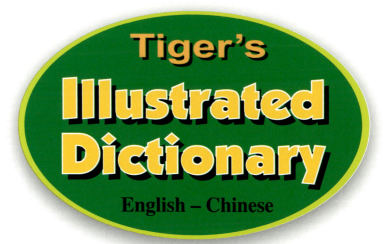

Tiger's Illustrated Dictionary
English – Chinese

Editors
Aruna Shah
Sushil Sharma

Design & Illustration
Mrinal Mitra

Translation
Ching Yuet Tang

Tiger's Illustrated Dictionary: English – Chinese

Published by: Tiger Books Ltd.
                 18 Thirlmere Ave.
                 Perivale. Middx
                 UB6 8EF
                 (UK)

First Edition: 2004

Copyright © Tiger Books Ltd.

ISBN: 0 948137 33 9

All rights reserved (including those of translation into any language).
No part of this book may be reproduced in any form or by means,
electronic or mechanical, including photocopying, without permission
in writing from the publisher.

Introduction

This visually stimulating dictionary tells a story on each page in a unique way. The colourful illustrations will familiarize children with words based on subjects they are curious to learn about. The topics such as Beach, Circus, and Zoo will attract young readers' attention and entice them to browse through the pages many a time. The subjects and words are carefully chosen to enhance vocabulary in English and the home language selected in the bi-lingual edition.

Children will enjoy looking at the main pictures and linking them with associated word-grid on opposite pages. It will help them develop reference skills in an enjoyable way.

In bi-lingual editions, each word-grid contains an original English word with translation in language script, followed by its transliteration in roman script. This will be useful for parents and children both in understanding words and their meanings in English and the home language as well as cross-referencing between them. The index section only includes original English word and transliteration of the language word in roman script, which will help teachers and others to understand and pronounce words from another language.

Every effort has been made to keep the dictionary as close to "nature" as possible and familiarize children with environment and animal kingdom they find so fascinating.

Central to all main illustrations is a little tiger cub, who appears to enjoy his world of travel and adventures as he journeys through various subjects. Children will grow fond of him and will be attracted to embark on his letterland journey. In that way, the book goes beyond the realms of just an illustrated dictionary and assumes something of a picture storybook!

The bi-lingual, dual-text dictionary will be a very useful learning resource in multicultural environment.

A Airport 機場 jī chǎng

Aeroplane 飛機 fēi jī	Arrival 抵達 dǐ dá	Departure 離境 lí jìng	Gangway 通道 tōng dào
Hangar 飛機庫 fēi jī kù	Luggage 行李 xíng li	Passenger 乘客 chèng kè	Passport 護照 hù zhào
Pilot 飛行員 fēi xíng yuán	Radar 雷達 léi dá	Runway 跑道 pǎo dào	Trolley 手推車 shǒu tuī chē

B Beach 海灘 hǎi tān

C Circus 馬戲團 mǎ xì tuán

Desert 沙漠 shā mò

Cactus 仙人掌 xiān rén zhǎng	**Camel** 駱駝 luò tuó	**Caravan** 篷車 péng chē	**Hawk** 鷹 yīng
Lizard 蜥蜴 xī yì	**Mirage** 海市蜃樓 hǎi shì shèn lóu	**Oasis** 綠洲 lü zhōu	**Ostrich** 鴕鳥 tuó niǎo
Palm Tree 棕櫚樹 zōng lü shù	**Sand Dunes** 沙丘 shā qiū	**Scorpion** 蠍子 xiē zi	**Snake** 蛇 shé

E Earthquake 地震 dì zhèn

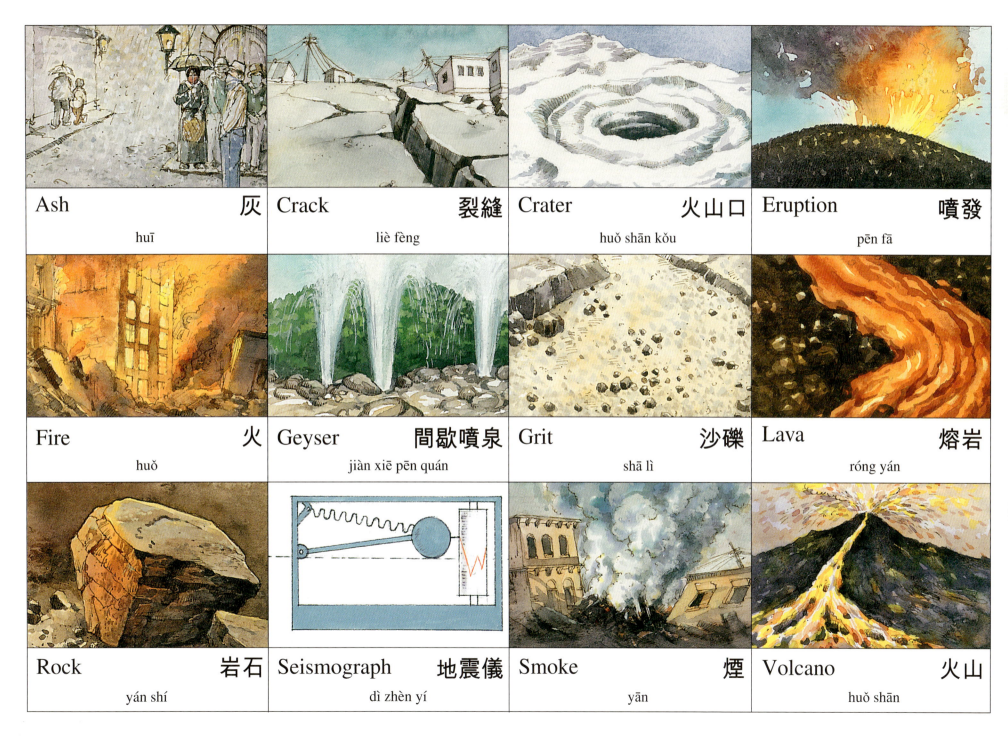

F Fruit 水果 shuǐ guǒ

G Garden

花園　**huā yuán**

H Herbs 香草 xiāng cǎo

Basil 羅勒 luó lè	Bay Leaf 月桂葉 yuè guì yè	Chives 香蔥 xiāng cōng	Coriander 芫荽 yán sui
Dill 蒔蘿 shí luó	Fennel 茴香 huí xiāng	Mint 薄荷 bò he	Oregano 牛至 niú zhì
Parsley 歐芹 ōu qín	Rosemary 迷迭香 mí dié xiāng	Sage 鼠尾草 shǔ wěi cǎo	Thyme 百里香 bǎi lǐ xiāng

I Insects

昆蟲　kūn chóng

J Jungle

森林　sēn lín

Bamboo 竹 zhú	Bear 熊 xióng	Deer 鹿 lù	Jackal 豺 chái
Leopard 豹 bào	Monkey 猴子 hóu zi	Parrot 鸚鵡 yīng wǔ	Tiger 老虎 lǎo hǔ
Tree 樹 shù	Vine 藤 téng	Wolf 狼 láng	Woodpecker 啄木鳥 zhuó mù niǎo

K Kiosk

書報攤　shū bào tān

Balloon 氣球 qì qiú	Candy 糖果 táng guǒ	Chocolate 巧克力 qiǎo kè lì	Drinks 飲料 yǐn liào
Ice Cream 雪糕 xuě gāo	Newspaper 報紙 bào zhǐ	Paper 紙 zhǐ	Pen 筆 bǐ
Pencil 鉛筆 qiān bǐ	Sharpener 鉛筆刀 qiān bǐ dāo	Souvenir 紀念品 jì niàn pǐn	Toys 玩具 wán jù

L Lake 湖 hú

Boat 小船 xiǎo chuán	Cabin 船艙 chuán cāng	Crocodile 鱷魚 yǘ	Fish 魚 yǘ
Fisherman 漁夫 yǘ fū	Flamingo 火烈鳥 huǒ liè niǎo	Heron 蒼鷺 cāng lù	Hippopotamus 河馬 hé mǎ
Pelican 鵜鶘 tí hú	Reed 蘆葦 lú wěi	Stork 鸛 guàn	Swan 天鵝 tiān é

M Mountain 山 shān

N Night   夜 yè

Ocean

海洋　hǎi yáng

Coral 珊瑚 shān hú	Diver 潛水員 qián shuǐ yuán	Dolphin 海豚 hǎi tún	Lighthouse 燈塔 dēng tǎ
Octopus 章魚 zhāng yü	Penguin 企鵝 qǐ é	Puffin 海鸚 hǎi yīng	Sea-lion 海獅 hǎi shī
Ship 輪船 lún chuán	Turtle 海龜 hǎi guī	Wave 波浪 bō làng	Whale 鯨 jīng

P Park

公園　gōng yuán

Q Queen   王后　wáng hòu

R River 河流 hé liú

Barge 遊船 *yóu chuán*	**Bridge** 橋 *qiáo*	**Canal** 運河 *yùn hé*	**Canoe** 獨木舟 *dú mù zhōu*
Dam 水閘 *shuǐ zhá*	**Dragonfly** 蜻蜓 *qīng tíng*	**Frog** 青蛙 *qīng wā*	**Houseboat** 水上住宅 *shuǐ shàng zhù zhái*
Oars 槳 *jiǎng*	**Otter** 水獺 *shuǐ tǎ*	**Water Mill** 水車 *shuǐ chē*	**Whirlpool** 旋渦 *xuán wō*

S Sports 運動 yùn dòng

Badminton 羽毛球 yü máo qiú	Basketball 籃球 lán qiú	Cricket 板球 bǎn qiú	Football 足球 zú qiú
Golf 高爾夫球 gāo ěr fū qiú	Hockey 曲棍球 qū gùn qiú	Judo 柔道 róu dào	Karate 空手道 kōng shǒu dào
Polo 馬球 mǎ qiú	Rugby 橄欖球 gǎn lǎn qiú	Tennis 網球 wǎng qiú	Wrestling 摔交 shuāi jiāo

Transport

交通　　jiāo tōng

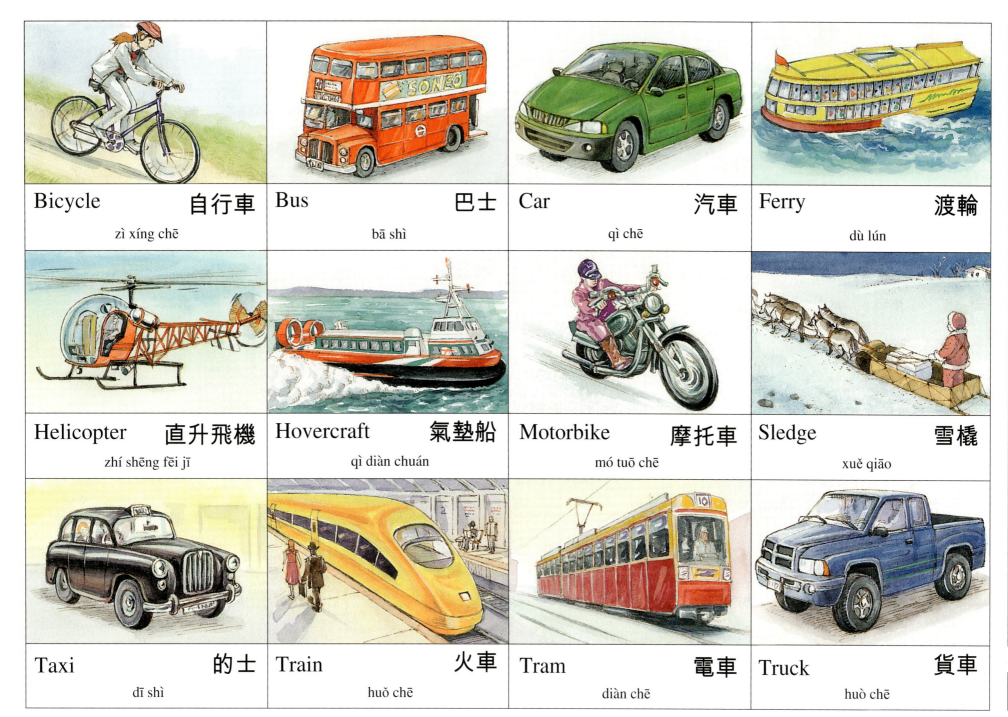

U Universe

宇宙　yǔ zhòu

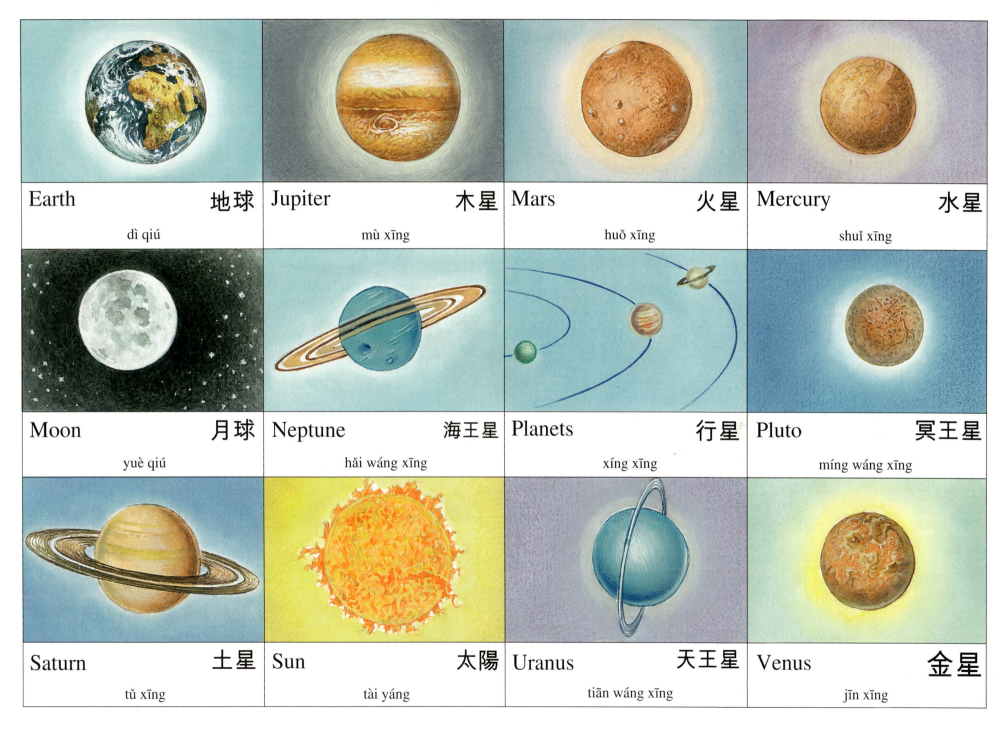

V Vegetables 蔬菜 shū cài

W Weather

天氣　tiān qì

Xylophone

木琴　mù qín

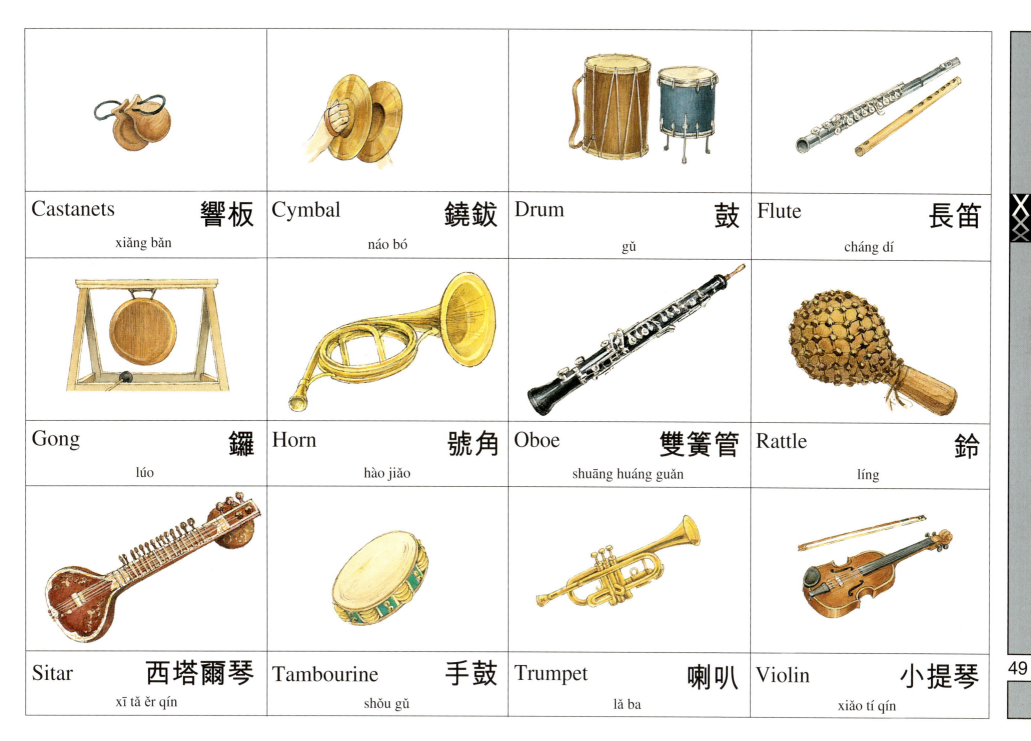

Y Yacht

遊艇　yóu tǐng

Binocular 望遠鏡 wàng yuǎn jìn	**Capstan** 起錨機 qǐ máo jī	**Compass** 指南針 zhǐ nán zhēn	**Dinghy** 小艇 xiǎo tǐng
Harbour 海港 hǎi gǎng	**Knot** 繩結 shéng jié	**Lifebuoy** 救生圈 jiù shēng quān	**Marina** 船塢 chuán wù
Rope 繩索 shéng suǒ	**Sail** 帆 fān	**Sea** 海 hǎi	**Skipper** 船長 chuán zhǎng

Z Zoo　　　　　動物園　dòng wù yuán

Index

Acrobat	zá jì yǎn yuán	7
Aeroplane	fēi jī	3
Airport	jī chǎng	2
Alligator	è yú	53
Ant	mǎ yǐ	19
Apple	píng guǒ	13
Apricot	xìng	13
Arrival	dǐ dá	3
Ash	huī	11
Avalanche	xuě bēng	27
Badminton	yǔ máo qiú	39
Balloon	qì qiú	23
Bamboo	zhú	21
Banana	xiāng jiāo	13
Band	yuè duì	7
Barge	bó chuán	37
Basil	luó lè	17
Basketball	lán qiú	39
Bat	biān fú	29
Bay Leaf	yuè guì yè	17
Beach	hǎi tān	4
Beans	dòu	45
Bear	xióng	21
Bed	chuáng	29
Beetle	jiǎ chóng	19
Bench	cháng dèng	33
Bicycle	zì xíng chē	41
Binocular	wàng yuǎn jìn	51
Blizzard	bào fēng xuě	47
Boat	xiǎo chuán	25
Bridge	qiáo	37
Brinjal	qié zi	45
Bucket	shuǐ tǒng	5
Bumble Bee	dà huáng fēng	19
Bus	bā shì	41
Bushes	ǎi shù cóng	15
Butterfly	hú dié	19
Cabbage	juǎn xīn cài	45
Cabin	xiǎo wū	25
Cactus	xiān rén zhǎng	9
Camel	luò tuó	9
Canal	yùn hé	37
Candle	là zhú	29
Candy	táng guǒ	23
Canoe	dú mù zhōu	37
Capstan	qǐ máo jī	51
Car	qì chē	41
Caravan	shāng duì	9
Carousel	xuán zhuǎn mù mǎ	7
Carriage	mǎ chē	35
Carrot	hú luó bo	45
Castanets	xiǎng bǎn	49
Castle	chéng bǎo	35
Cauliflower	yē cài huā	45
Cheetah	liè bào	53
Cherry	yīng táo	13
Chimpanzee	hēi xīng xing	53
Chives	xiāng cōng	17
Chocolate	qiǎo kè lì	23
Circus	mǎ xì tuán	6
Clown	xiǎo chǒu	7
Compass	zhǐ nán zhēn	51
Coral	shān hú	31
Coriander	yán sui1	17
Court	gōng ting	35
Crab	xiè	5
Crack	liè fèng	11
Crater	huǒ shān kǒu	11
Cricket	bǎn qiú	39
Cricket	xī shuài	19
Crocodile	è yú	25
Crown	wáng guān	35
Cyclone	xuàn fēng	47
Cymbal	náo bó	49
Dam	shuǐ zhá	37
Darkness	hēi àn	29
Deer	lù	21
Departure	lí jìng	3
Desert	shā mò	8
Dill	shí luó	17
Dinghy	xiǎo tǐng	51
Diver	qián shuǐ yuán	31
Dog	gǒu	7
Dolphin	hǎi tún	31
Dragonfly	qīng ting	37
Dream	mèng	29
Drinks	yǐn liào	23
Drum	gǔ	49
Duck	yā zi	33
Earth	dì qiú	43
Earthquake	dì zhèn	10
Elephant	xiàng	7
Eruption	pēn fā	11
Fence	lí bā	15
Fennel	huí xiāng	17
Ferry	dù lún	41
Fire	huǒ	11
Firefly	yíng huǒ chóng	19
Fish	yú	25
Fisherman	yú fū	25
Flamingo	huǒ liè niǎo	25
Flood	hóng shuǐ	47
Flower	huā	15
Flute	cháng dí	49
Fog	wù	47
Football	zú qiú	39
Fountain	pēn quán	15
Frog	qīng wā	37
Frost	shuāng	47
Fruit	shuǐ guǒ	12
Gangway	tōng dào	3
Garden	huā yuán	14
Gardener	yuán dīng1	15
Gate	zhá mén	33
Geyser	jiàn xiē pēn quán	11
Giraffe	cháng jǐng lù	53
Glacier	bīng chuān	27
Golf	gāo ěr fū qiú	39
Gong	luó	49
Grapes	pú tao	13
Grass	cǎo	33
Grasshopper	zhà měng	19
Grit	shā lì	11
Guard	wèi bīng	35
Hangar	fēi jī kù	3
Harbour	hǎi gǎng	51
Hawk	yīng	9
Hawker	xiǎo fàn	5
Helicopter	zhí shēng fēi jī	41
Herb	xiāng cǎo	16
Heron	cāng lù	25
Hippopotamus	hé mǎ	25
Hockey	qū gùn qiú	39
Honey Bee	mì fēng	19
Horn	hào	49
Horse	mǎ	7
Hose Pipe	ruǎn shuǐ guǎn	15
Houseboat	shuǐ shàng zhù zhái	37
Hovercraft	qì diàn chuán	41
Hurricane	jù fēng	47
Ice	bīng	47
Ice Cream	xuě gāo	23
Insects	kūn chóng	18
Jackal	chái	21
Jewels	zhū bǎo	35
Judo	róu dào	39
Juggler	zá shuǎ yǎn yuán	7
Jungle	sēn lín	20
Jupiter	mù xīng	43
Kangaroo	dài shǔ	53
Karate	kōng shǒu dào	39
King	guó wáng	35
Kiosk	shū bào tān	22
Kite	fēng zheng	33
Knot	shéng jié	51
Ladybird	piáo chóng	19
Lake	hú	24
Lamp	dēng	29
Lantern	dēng long	29
Lava	róng yán	11
Lawn	cǎo dì	15
Leopard	bào	21
Lifebuoy	jiù shēng quān	51
Lighthouse	dēng tǎ	31
Lightning	shǎn diàn	47
Lion	shī zi	53
Lizard	xī yì	9
Luggage	xíng li	3
Magician	mó shù shī	7
Mango	máng guǒ	13
Marina	chuán wù	51
Mars	huǒ xīng	43
Melon	mì guā	13
Mercury	shuǐ xīng	43
Mint	bò he	17
Mirage	hǎi shì shèn lóu	9

Mist	bó wù	27
Monkey	hóu zi	21
Moon	yuè qiú	43
Moonlight	yuè guāng	29
Moth	é	19
Motorbike	mó tuō chē	41
Mountain	shān	26
Mountain Goat	shān yán	27
Mountaineer	dēng shān zhě	27
Mushroom	mó gu	45
Neptune	hǎi wáng xīng	43
Newspaper	bào zhǐ	23
Night	yè	28
Oars	jiǎng	37
Oasis	lǜ zhōu	9
Oboe	shuāng huáng guǎn	49
Ocean	hǎi yang	30
Octopus	zhāng yú	31
Onion	yáng cōng	45
Orange	chéng	13
Oregano	niú zhì	17
Ostrich	tuó niǎo	9
Otter	shuǐ tǎ	37
Owl	māo tóu yīng	29
Palace	wáng gōng	35
Palm Tree	zōng lǘ shù	9
Panda	dà xióng māo	53
Paper	zhǐ	23
Park	gōng yuán	32
Park Keeper	gōng yuán guǎn lǐ yuán	33
Parrot	yīng wǔ	21
Parsley	ōu qín	17
Passenger	chéng kè	3
Passport	hù zhào	3
Peacock	kǒng què	53
Pear	lí	13
Peas	wān dòu	45
Pebbles	luǎn shí	5
Pelican	tí hú	25
Pen	bǐ	23
Pencil	qiān bǐ	23
Penguin	qǐ é	31
Picnic	yě cān	33
Pier	mǎ tóu	5
Pilot	fēi xíng yuán	3
Pineapple	bō luó	13
Planet	xíng xīng	43
Plant	zhí wù	15
Plum	lǐ zi	13
Pluto	míng wáng xīng	43
Polo	mǎ qiú	39
Pond	chí tang	33
Potatoes	mǎ líng shǔ	45
Procession	yí zhàng duì	35
Puffin	hǎi yīng	31
Pumpkin	nán guā	45
Python	dà mǎng shé	53
Queen	wáng hòu	34
Radar	léi dá	3
Radish	xiǎo hóng luó bo	45
Rain	yǔ	47
Rattle	líng	49
Reed	lú wěi	25
Rhinoceros	xī niú	53
River	hé liú	36
Rock	yán shí	11
Rope	shéng suǒ	51
Rosemary	mí dié xiāng	17
Rugby	gǎn lǎn qiú	39
Runway	pǎo dào	3
Sage	shǔ wěi cǎo	17
Sail	fān	51
Sand Castle	shā chéng bǎo	5
Sand Dunes	shā qiū	9
Sandpit	shā dì	33
Saturn	tǔ xīng	43
Sceptre	quán zhàng	35
Scorpion	xiē zi	9
Sea	hǎi	51
Seagull	hǎi ōu	5
Sea-lion	hǎi shī	31
Seaweed	hǎi cǎo	5
Seismograph	dì zhèn yí	11
Sharpener	qiān bǐ dāo	23
Shell	bèi qiào	5
Ship	lún chuán	31
Sitar	xī tǎ ěr qín	49
Skipper	chuán zhǎng	51
Sledge	xuě qiāo	41
Sleep	shuì jiào	29
Sleeping Bag	shuì dài	29
Slide	huá tī	33
Slope	xié pō	27
Smoke	yān	11
Snake	shé	9
Snow	xuě	27
Snow Leopard	xuě bào	27
Souvenir	jì niàn pǐn	23
Spade	chǎn	5
Sparrow	má què	15
Spider	zhī zhū	19
Sports	yùn dòng	38
Squirrel	sōng shǔ	15
Star	xīng	29
Stork	guàn	25
Storm	bào fēng yǔ	47
Strawberry	cǎo méi	13
Stream	qī shuǐ	27
Summit	shān fēng	27
Sun	tài yang	43
Sunny	qíng tiān	47
Swan	tiān é	25
Swimmer	yóu yǒng zhě	5
Swing	qiū qiān	33
Tambourine	shǒu gǔ	49
Taxi	dī shì	41
Tennis	wǎng qiú	39
Tent	zhàng peng	7
Throne	bǎo zuò	35
Thyme	bǎi lǐ xiāng	17
Tiara	guàn miǎn	35
Tiger	lǎo hǔ	21
Tomato	fān qié	45
Tornado	lóng juǎn fēng	47
Tortoise	guī	53
Towel	máo jīn	5
Toys	wán jù	23
Train	huǒ chē	41
Tram	diàn chē	41
Transport	jiāo tōng	40
Trapeze	diào jià	7
Tree	shù	21
Trolley	shǒu tuī chē	3
Truck	huò chē	41
Trumpet	lǎ ba	49
Turtle	hǎi guī	31
Unicycle	dú lún zì xíng chē	7
Universe	yǔ zhòu	42
Uranus	tiān wáng xīng	43
Valley	hé gǔ	27
Vegetables	shū cài	44
Venus	jīn xīng	43
Vine	téng	21
Violin	xiǎo tí qín	49
Volcano	huǒ shān	11
Wasp	huáng fēng	19
Waterfall	pù bù	27
Water Lily	shuǐ lián	33
Water Mill	shuǐ chē	37
Watering Can	jiāo shuǐ hú	15
Wave	bō làng	31
Weather	tiān qì	46
Whale	jīng	31
Wheelbarrow	Dú lún shǒu tuī chē	15
Whirlpool	xuán wō	37
Wolf	láng	21
Woodpecker	zhuó mù niǎo	21
Wrestling	shuāi jiāo	39
Xylophone	mù qín	48
Yacht	yóu tǐng	50
Zebra	bān mǎ	53
Zoo	dòng wù yuán	52